ऋणनिर्देश

माझ्या जीवनप्रवासात आणि विचारसरणीत परिवर्तन घडवण्याचे श्रेय अनेक जणांना जाते. त्यांनी मला शिकवलेले धडे, दिलेली प्रेरणा, आणि वेळोवेळी दिलेला आधार यासाठी मी त्यांचा मनःपूर्वक ऋणी आहे.

माझे कुटुंब – माझी खरी ताकद

सर्वप्रथम माझे आई-वडील, पत्नी आणि मुलगी—या तिघांचे विशेष आभार.

माझ्या आई-वडिलांनी मला योग्य संस्कार, कष्ट करण्याची तयारी आणि आयुष्यातील प्रत्येक बदल सकारात्मकरीत्या स्वीकारण्याचे धडे दिले. त्यांच्या शिकवणुकीमुळे मी कधीच भीतीने मागे हटत नाही, तर पुढे जाण्याचा विचार करतो.

माझ्या पत्नीने कायम माझ्यावर विश्वास ठेवला, माझ्या विचारांना समजून घेतले, आणि मला स्वतःला शोधण्यासाठी आवश्यक मोकळेपणा दिला. ती माझ्या यशात आणि संघर्षात दोन्ही ठिकाणी माझ्यासोबत होती.

माझी मुलगी—जिच्या चेहऱ्यावरचे हसू मला नेहमी आनंद आणि प्रेरणा देते. तिच्या भविष्याची जबाबदारी आणि तिला

उत्तम जीवन देण्याची इच्छा मला सतत पुढे जाण्यास प्रवृत्त करते.

माझे नातेवाईक आणि मित्रमंडळी

माझ्या बंधू-भगिनी, नातेवाईक आणि मित्र-मैत्रिणी यांच्यामुळेच माझ्या आयुष्याला पूर्णता मिळाली. त्यांनी वेळोवेळी मार्गदर्शन केले, कठीण प्रसंगी आधार दिला आणि माझ्यावर विश्वास ठेवला.

विशेषतः माझे काही जिवलग मित्र आणि मैत्रिणी, ज्यांनी मला स्वतःकडे नव्या दृष्टिकोनातून पाहायला शिकवले. त्यांनी मला नकारात्मकतेतून बाहेर पडण्यासाठी मदत केली, मनःशक्ती वाढवली आणि आत्मविश्वास बळकट केला.

डॉ. स्पेन्सर जॉन्सन – ज्या लिखाणाने माझी वैचारिक वाढ झाली

"हू मुव्ड माय चीज?" या पुस्तकाने माझ्या जीवनावर मोठा प्रभाव टाकला.

या पुस्तकाने मला भीती कशी सोडायची, अनिश्चिततेला सामोरे कसे जायचे, आणि बदल स्वीकारून पुढे कसे जायचे हे शिकवले. जर मी त्या पुस्तकातील शिकवण आत्मसात केली

नसती, तर आज मी कुठे असतो याची कल्पनाच करवत नाही.

डॉ. जॉन्सन यांच्या "Peaks and Valleys" पुस्तकाने आनंद आणि दुःख यांचे संतुलन राखण्याचे महत्त्व शिकवले. "Out of the Maze" ने कृतज्ञतेचा खरा अर्थ आणि अडचणींमधूनही कसे शिकायचे हे दाखवले.

त्यांच्या कथांमधून मला भावनांची योग्य प्रकारे हाताळणी करण्याची कला समजली, चुका सुधारण्याची आणि त्यातून शिकण्याची सवय लागली. त्यांच्यामुळेच मला हे लक्षात आले की, "Yes" आणि "No" हे निर्णय फक्त सवयीचे नसून, आपल्या आत असलेल्या भीतींवर मात करण्याची संधी असते.

ही कथा लिहिण्यामागील प्रेरणा

माझ्या जीवनप्रवासात मला नेहमी बदलाची भीती वाटायची, निर्णय घेताना संकोच वाटायचा. पण "हू मुव्ड माय चीज?" ने मला शिकवले की, जर आपण गोंधळून जाऊन बसलो तर आपण कधीच पुढे जाऊ शकणार नाही.

मात्र, त्यानंतर आलेले "Out of the Maze" वाचल्यानंतर मला जाणवले की, बदल स्वीकारल्यानंतर पुढे काय करायचे हे स्पष्टपणे सांगणारी कथा कमी होती.

हीच उणीव भरून काढण्यासाठी मी "व्हेअर इज माय चीज?" लिहिण्याचा निर्णय घेतला.

या पुस्तकात मी हॉ च्या पुढच्या प्रवासाचे आणि ईगो व शॉ सोबतच्या त्याच्या संघर्षाचे वर्णन केले आहे. हे पुस्तक नव्या बदलांसाठी शिस्त, नियम आणि मानसिकता कशी असावी हे शिकवते.

मनःपूर्वक आभार

मी हे पुस्तक लिहू शकलो, विचारांना शब्दरूप देऊ शकलो, हा प्रवास माझ्यासाठी खूप महत्त्वाचा आहे.

मी प्रत्येक त्या व्यक्तीचा ऋणी आहे ज्यांनी मला प्रेरित केले, पाठिंबा दिला आणि माझ्या विचारांना दिशा दिली.

ही कथा फक्त एक पुस्तक नाही, तर बदलाशी जुळवून घेण्याच्या संघर्षात असलेल्या प्रत्येकासाठी एक मार्गदर्शक आहे.

माझा हा प्रयत्न वाचकांना स्वतःच्या आयुष्यात सकारात्मक बदल घडवायला मदत करेल अशी आशा आहे.

अनुक्रमणिका

1. प्रस्तावना   6

2. आम्ही पुन्हा एकत्र जमतो – न्यूयॉर्क   12
   २० वर्षांनंतर मित्रमंडळींची भेट
   जुने आठवणी आणि नवीन अनुभवांची देवाणघेवाण

3. "व्हेअर इज माय चीज?" ची कहाणी   18
   जॉन ची प्रेरणादायी कथा
   बदल स्वीकारण्याचे महत्त्व आणि आव्हाने

4. चर्चा – त्या दिवशी संध्याकाळी   60
   मित्रमंडळींची विचारमंथन

5. लेखकाबद्दल   66

प्रस्तावना

"हू मुव्ड माय चीज?" ही कथा जगभरातील लाखो लोकांसाठी बदल स्वीकारण्याचा एक मार्गदर्शक तारा ठरली. बदल ही एक अपरिहार्य गोष्ट आहे आणि तो स्वीकारल्यास जीवन अधिक सोपे आणि आनंददायक होते, हा संदेश या कथेने दिला. हॉ च्या प्रवासातून हे स्पष्ट होते की, जेव्हा आपण आपल्या भीतीवर मात करून बदल स्वीकारतो, तेव्हा नवीन संधींचे दार आपोआप उघडते.

मात्र, माझ्यासारख्या अनेक वाचकांना, "Out of the Maze" या सिक्वेलमध्ये काहीतरी अपूर्ण वाटले. त्या कथेने एक नवीन विचार दिला, पण काय करावे आणि कसे पुढे जावे याबद्दल अजूनही काहीसा संभ्रम राहिला. "विश्वास ठेवा" असे सांगितले गेले, पण कशावर विश्वास ठेवायचा, तो कुठून निर्माण करायचा आणि नेमके कोणते पाऊल उचलायचे? या प्रश्नांची स्पष्ट उत्तरे नव्हती.

स्पेन्सर जॉन्सन यांच्या निधनानंतर, या विषयावर अधिक स्पष्ट, सरळ आणि अनुभवाला समर्पक अशी कथा सांगण्याची उणीव प्रकर्षाने जाणवू लागली. आपण बदल स्वीकारण्याचे महत्त्व तर शिकतो, पण त्या बदलासोबत नव्या प्रवासात नेमके

काय करायचे, नियम कसे पाळायचे, आणि शिस्तीचा स्वीकार कसा करायचा, याबद्दल अजूनही अनेक प्रश्न मनात येतात.

याच विचारातून "व्हेअर इज माय चीज? – हॉ चा प्रेरणादायी प्रवास" ही कथा साकारली आहे. ही गोष्ट बदल स्विकारण्याच्या पुढच्या टप्प्यावर नेते. हॉ ने नवीन चीज स्टेशन शोधला, पण त्यानंतर काय? तिथे राहण्यासाठी आणि आनंदी जीवन जगण्यासाठी कोणते आव्हान येतात? नवीन चीज मिळवण्यासाठी शिस्त, नियम आणि मानसिक समतोल किती महत्त्वाचे असतात?

ही कथा हॉ, ईगो आणि शॉ यांच्या माध्यमातून या प्रश्नांची उत्तरे शोधण्याचा प्रयत्न करते. हॉ आणि ईगो हळूहळू बदल शिकतात, तर शॉ हा बदलांमध्ये नेमकी शिस्त आणि नियम पाळण्याचे महत्त्व शिकवतो. या संघर्षातून शेवटी "बदल हा केवळ स्वीकारण्याची गोष्ट नाही, तर त्यात सातत्य टिकवण्याचीही एक कला आहे" हा संदेश मिळतो.

ही कथा लिहिण्यामागे माझा एकच उद्देश आहे – बदल फक्त स्वीकारायचा नसतो, तर त्यासाठी योग्य मानसिकता, शिस्त, आणि कृती आवश्यक असते. माझ्या स्वतःच्या अनुभवांमधून आणि वाचनातून मला हे समजले की, फक्त नव्या संधी

मिळणे पुरेसे नाही, त्या संधी टिकवण्यासाठी आपणही बदलले पाहिजे.

"हू मुव्ड माय चीज?" प्रमाणे ही कथा वाचकांना प्रेरित करेल, नव्या संधी शोधायला शिकवेल आणि त्या संधींसोबत आनंदाने कसे जगावे याचा मार्ग दाखवेल.

मूळ कथा – हू मुव्ड माय चीज?

कधी काळी, एका मोठ्या भूलभुलैयासारख्या गोंधळलेल्या जागेत चार छोटे पात्र राहत होते – स्निफ, स्करी, हेम आणि हॉ. हे चौघे दररोज नवीन चीज (संधी, आनंद, यश) शोधण्यासाठी भटकायचे.

स्निफ आणि स्करी हे छोटे उंदीर होते. ते साधे, सरळ आणि जलद निर्णय घेणारे होते. त्यांना जेव्हा जुना चीज संपत असल्याचं जाणवलं, तेव्हा ते लगेच नवीन चीज शोधायला निघून गेले.

तर हेम आणि हॉ हे दोन छोटे मानवी रूप असलेले जीव होते. ते बुद्धिमान होते, पण कधीकधी जास्त विचार करून अडकायचे. ते जुन्या चीज ला धरून बसायचे, त्याचा अंत होईल हे लक्षात न घेता.

एक दिवस, ते रोज ज्या चीज स्टेशन C मध्ये जात होते, तिथे अचानक चीज संपून गेला. स्निफ आणि स्करी लगेच नवीन चीज शोधायला निघाले. पण हेम आणि हॉ मात्र जागेवरच अडकले.

"हे असं कसं होऊ शकतं? आमचं चीज कुठे गेलं?" हेम

म्हणाला.

हॉ देखील गोंधळला, त्याला सुरुवातीला भीती वाटली, पण हळूहळू त्याला कळलं की, "जर काही बदल झाला असेल, तर त्याला सामोरं जायला हवं."

हेम मात्र हट्टीपणाने जुन्या चीज ची वाट पाहत राहिला. त्याला बदल मान्य नव्हता. पण हॉ ने धाडस करून नवीन चीज शोधायचं ठरवलं. तो भितीपलीकडे जाऊन नवीन मार्ग शोधायला लागला.

या प्रवासात त्याने शिकवलं –
✓ बदल अटळ आहे.
✓ बदलाच्या भीतीने संधी गमावू नयेत.
✓ लवकर बदल स्विकारला की नवीन यश मिळतं.
✓ नवीन विचार, नवीन मार्ग, नवीन चीज मिळू शकतो.

शेवटी, हॉ ला नवीन चीज स्टेशन मिळालं, जिथे आधीपेक्षा जास्त चांगला चीज होता. तो खूप आनंदी झाला, कारण त्याने बदल स्वीकारला आणि त्याला यश मिळालं.

आणि आता...
ही गोष्ट संपल्यानंतर, हॉ चं पुढे काय झालं? तो नवीन चीज

स्टेशन मध्ये एकटा आनंद घेत होता, पण त्याला अजूनही शिकायचं होतं.

याच प्रवासाचा पुढील भाग म्हणजे – "व्हेअर इज माय चीज?"

आम्ही पुन्हा एकत्र जमतो

– न्यूयॉर्क

न्यूयॉर्कच्या एका सुंदर गार्डनमध्ये आठ मित्र-मैत्रिणींची २० वर्षांनंतरची भेट झाली होती. कॉलेजच्या दिवसांपासून ओळख असलेल्या या मित्रमंडळींनी करिअर, संसार, जबाबदाऱ्या सांभाळताना स्वतःला इतकं गुंतवून घेतलं होतं की इतक्या वर्षांनंतर पहिल्यांदाच ते पुन्हा एकत्र आले होते.

गार्डनच्या एका मोठ्या बाकड्यावर सगळे जण एकत्र बसले. समोर गरम कॉफीचे मग आणि लहानसं टी-लाईट्सनी सजवलेले टेबल.
संध्याकाळच्या मंद प्रकाशात आणि गार वाऱ्यात कॉफीचे मग हातात धरून सगळे मनसोक्त गप्पा मारत होते. सुरुवातीला जुन्या आठवणी, धमाल-मस्ती, कॉलेजमधले किस्से यावर चर्चा रंगली.
नॅन्सीने पहिल्यांदा बोलायला सुरुवात केली
"अरे, आपली शेवटची भेट कॉलेजमध्ये झाली होती, नाही का?"

सगळे हसत गोंधळ घालत आठवणी काढू लागले.

सारा, जी एका मोठ्या कंपनीत उच्च पदावर होती, म्हणाली, "बदल पचवणं प्रत्येकासाठी वेगळं असतं. माझ्या करिअरमध्ये मोठे निर्णय घेताना मी कित्येकदा संधी गमावल्या कारण मी बदलाची भीती बाळगली. पण नंतर लक्षात आलं की संधी पुन्हा पुन्हा येत नाहीत."

मार्क हसत म्हणाला, "अग, मी अजूनही तसाच आहे – कोणताही मोठा निर्णय घेताना गोंधळतो. पण आता मी बदल टाळत नाही, त्याचा विचार करतो."

एमी, जी आता स्वतःचा व्यवसाय चालवत होती, म्हणाली, "मार्क, खरंच बोललास! पूर्वी आपण प्रत्येक गोष्टीकडे वेगळ्या दृष्टीने पाहायचो, पण जबाबदाऱ्या वाढल्यामुळे खूप विचार करावा लागतो. मी स्वतः मोठा निर्णय घेतला – नोकरी सोडून व्यवसाय सुरू केला. आता वाटतं, मी योग्य केलं."

गप्पांमध्ये डेव्हिड विचारात गढून गेला. तो म्हणाला, "माझी कहाणी वेगळी आहे. कॉलेजमध्ये मी खूप शांत आणि आत्मविश्वास नसलेला मुलगा होतो. पण नंतर जेव्हा सोशल मीडियाचा प्रभाव वाढला, तेव्हा मी त्याचा उपयोग शिकायला सुरुवात केली. आता मी इन्फ्लुएंसर आहे, हजारो लोक माझं ऐकतात. पण हा बदल सहज झाला नाही. सुरुवातीला मला

लोकांच्या टीका सहन कराव्या लागल्या. स्वतःवर विश्वास ठेवणं हे सर्वांत कठीण असतं!"

नॅन्सी हसून म्हणाली, "अरे वा, तू खूप पुढे गेलास! पण मी अजूनही पूर्वींसारखीच आहे – गोंधळलेली, विचारात हरवलेली."

रॉबर्ट तिला समजावत म्हणाला, "हे सगळ्यांच्याच बाबतीत होतं, नॅन्सी! मीही खूप वेळा विचारात हरवून गेलो होतो. पण नंतर ठरवलं – बदल ही संधी आहे, संकट नाही. त्यामुळे मी प्रवास सुरू केला आणि नव्या अनुभवांना सामोरा गेलो."

"हो, आणि जॉन, तू तेव्हा इतका गोंधळलेला असायचास, तुझा आत्मविश्वासच नव्हता!" सारा हसत म्हणाली.

"हो ना! आणि आता बघ, हा किती बदललाय!" एमीने डोळे मोठे करत म्हटले.

जॉन हसला आणि म्हणाला, "तेव्हा माझ्या डोक्यात सतत भीतीच होती. पण एका पुस्तकाने माझं पूर्ण आयुष्य बदललं."

डेव्हिडने चमकून विचारले, "कुठलं पुस्तक?"

"हू मुव्ड माय चीज?" जॉन शांतपणे म्हणाला.

गार्डनमध्ये गप्पांचा ओघ चालूच होता. प्रत्येकाने आयुष्यात कधी ना कधी हे पुस्तक वाचलं होतं आणि त्यातून मिळालेली शिकवण आठवत होते.

मार्क म्हणाला, "हे पुस्तक भारी आहे. मला तर ते वाचल्यावर कळलंच नाही की मी किती वेळा फक्त भीतीने मागे हटत होतो."

"मला आवडलं की कधीही बदल थांबत नाहीत. तू स्वीकार कर नाहीतर मागे राहा!" लिझाने आत्मविश्वासाने म्हटले.

रॉबर्टने विचारले, "पण जॉन, तुला तर या पुस्तकाचा खूप मोठा परिणाम झालाय असं दिसतं. नक्की काय झालं?"

जॉनने कॉफीचा एक घोट घेतला आणि शांतपणे बोलायला सुरुवात केली.

"मी 'हू मुव्ड माय चीज?' वाचलं आणि समजलं की बदल स्वीकारला पाहिजे. पण एक समस्या होती... माझ्यासारख्या अनेक लोकांना हे माहीत होतं, पण प्रत्यक्षात कसं करायचं हे कळत नव्हतं!"
कॉफीचे मग हातात घेत सगळे गप्पांच्या रंगात रंगले होते.

सगळ्यांनी होकारार्थी मान हलवली.

सॅम्युअल, जो व्यवस्थापन क्षेत्रात काम करत होता, म्हणाला, "हो! त्या गोष्टीत शिकवलं जातं की बदल स्वीकारणं कसं आवश्यक आहे. पण प्रत्यक्षात आपण ते विसरतो."

जेसिका, जी मानसशास्त्राची अभ्यासक होती, म्हणाली, "खरं आहे! लोक कायम त्यांच्या जुन्या आयुष्यात अडकून पडतात, आणि बदलाचा स्वीकार करत नाहीत. म्हणूनच 'हू मुव्ड माय चीज?' सारख्या गोष्टी आपल्याला नव्याने विचार करायला लावतात."

जॉन म्हणाला, "हो! पण मला प्रश्न पडतो – जेव्हा तुम्ही बदल स्वीकारता, तेव्हा पुढे काय? 'हू मुव्ड माय चीज?' मध्ये बदल स्वीकारण्याचा मुद्दा आहे, पण त्यानंतरचा प्रवास काय?"

सारा विचारात पडली आणि म्हणाली, "खरंच! अनेकदा आपण बदल स्वीकारतो, पण पुढे काय करायचं हे कळत नाही."
जॉन हसला आणि म्हणाला, "म्हणूनच मी एक नवीन गोष्ट लिहिली आहे – 'व्हेअर इज माय चीज?'"

सगळ्यांनी उत्सुकतेने पाहिलं.

मार्क म्हणाला, "म्हणजे काय? ही 'हू मुव्ड माय चीज?' ची पुढची गोष्ट आहे का?"

जॉन म्हणाला, "हो, तुम्ही असं समजू शकता. 'हू मुव्ड माय चीज?' मध्ये बदल स्वीकारण्यावर भर होता. पण पुढे काय? जर बदल स्वीकारल्यावरही आव्हानं संपली नाहीत, तर?"

डेव्हिड टाळी वाजवत म्हणाला, "मग तर ही गोष्ट ऐकायलाच हवी!"

सगळे कॉफीचे मग बाजूला ठेवून ऐकण्यासाठी तयार झाले. जॉनने त्याची गोष्ट सांगायला सुरुवात केली.

व्हेअर इज माय चीज?ची कहाणी

हॉ आता नवीन चीज स्टेशन मध्ये पोहोचला होता. इथे भरपूर चीज होत– वेगवेगळ्या प्रकारचा, चविष्ट आणि ताज. त्याला खूप आनंद झाला. "मी योग्य निर्णय घेतला!" तो स्वतःशी म्हणाला.

तो आता निवांत बसून चीज चा आस्वाद घेत होता. जुना काळ आठवला की हसू येत होतं. "जर मी लवकर बदल स्वीकारला असता, तर अजून आधीच इथे पोहोचलो असतो!" त्याने मनाशी विचार केला.

आता त्याला नवी सवय लागली होती – बदल स्वीकारायचा आणि पुढे जायचं. रोज तो स्वतःला आठवण करून द्यायचा – "चीज रोज बदलत, त्यामुळे मीही बदलायला तयार असायला हवं."

हॉ एका संध्याकाळी चीज स्टेशन मध्ये बसून विचार करत होता, "मी हेम ला समजावलं असतं तर? तोही इथे असता!"

पण हेम अजूनही जुन्या जागी अडकला होता.

हॉ थकलाय, पण त्याच्या डोळ्यांत नवीन चीज स्टेशन शोधण्याची उमेद होती. त्याने मागचं सगळं विसरून टाकलं – जुनं स्टेशन, तिथला संपलेला चीज, आणि त्याची भीती.

रोज तो स्वतःला म्हणायचा, "बदल न स्वीकारणं ही सर्वात मोठी चूक असते."

अखेर, एका संध्याकाळी, एक मोठं, आलिशान चीज त्याच्या समोर आलं.

ते बघताच त्याला विश्वासच बसला नाही. डोंगराएवढं मोठं चीज! ताजं, सुवासिक, आणि चमकदार!

त्याने एक तुकडा उचलला आणि अलगद चाखला. तो मऊ, स्वादिष्ट आणि पूर्णपणे ताजं होतं. त्याच्या प्रत्येक चाव्यागणिक त्याला आनंदाचा एक नवा स्पर्श जाणवत होता.

हॉ स्वतःशीच हसला. "काय मजा आहे! मी इतके दिवस याचं स्वप्न बघत होतो."

तो तिथे मोकळेपणाने फिरू लागला. कोणाचं बंधन नाही,

कोणाचे नियम नाहीत – फक्त तो आणि त्याचं चीज!

त्याने उडी मारून एक मोठा चीजचा तुकडा पकडला, तो फिरवत आनंदाने ओरडला, "हे माझं नवीन जग आहे!"

हॉ नवीन चीज स्टेशनमध्ये एकटा आनंदाने जगत होता. त्याच्यासाठी हा एक विजय होता.

तो रोज सकाळी उठायचा, ताजं चीज खायचा, नवीन जागा एक्सप्लोर करायचा आणि स्वतःच्या बदललेल्या स्वभावाचा आनंद घ्यायचा.

"शेवटी मी योग्य निर्णय घेतला," तो स्वतःशी म्हणाला. "बदल स्वीकारल्यामुळेच मी इथे पोहोचलो."

पण त्याचा हा निवांत आनंद फार काळ टिकला नाही...

एके दिवशी...

हॉ आपल्या नेहमीच्या वेळेत चीज खात असताना अचानक त्याला कुठूनसा ओळखीचा आवाज आला.

"ह्याऽऽव! कुठे आहेस रे?"

हॉ दचकला. तो आवाज ईगो चा होता!

हॉ पटकन बाहेर आला. समोर एक थकल्यासारखा, पण अजूनही तितकाच गर्विष्ठ उंदीर उभा होता – ईगो!

त्याने हॉ कडे पाहिलं आणि जोरात हसला, "म्हणजे तू खरंच इथे पोहोचलास!"

हॉ आश्चर्यचकित झाला. "ईगो! तू इथे कसा काय?"

ईगो अभिमानाने छाती फुगवत म्हणाला, "मी हरलो असं तुला वाटलं का? मी स्वतःची वाट शोधली आणि बघ, मी पण तुझ्या इतकाच हुशार आहे!"

पण ईगो च्या आवाजात थोडासा थकव्याचा सूर होता. खरंतर, त्याला हे चीज स्टेशन शोधायला खूप वेळ लागला होतं. त्याने खूप दिवस उपाशीपोटी भटकंती केली होती.

पण त्याचा अहंकार अजूनही तसाच होता. तो हे मान्य करायला तयार नव्हता की त्याने कुठेतरी चूक केली.

हॉ त्याच्याकडे पाहत म्हणाला, "छान झालं, ईगो! आपण दोघं इथे एकत्र राहू शकतो!"

ईगो हसला. "हो ना! आता आपण मजेत जगू, कोणताही बदल
न करता!"

हॉ काही बोलणार, तोच ईगो थेट चीजच्या ढिगाकडे गेला आणि
मोठ्या तुकड्यांवर तुटून पडला.

त्याने थोड्या वेळातच इतकं चीज खाल्लं की जणू तो उंदीर
नाही, तर कोणी राजा आहे!

हॉ त्याच्याकडे पाहत होता आणि मनात विचार करत होता –

"ईगो ने बदल स्वीकारलाय का? की तो अजूनही जुन्याच
विचारांत अडकलाय?"

पण हॉ ला अजून माहीत नव्हतं की ईगो मुळे पुढे मोठा गोंधळ
होणार आहे...!

ईगो मोठ्या आवाजात चीज चावत होता. त्याच्या तोंडात तुकडे
भरले होते, आणि तो भरभर बोलत होता –

"हे चीज तर भन्नाट आहे! आपण आता इथेच मजेत राहू.
कोणतीही चिंता नाही!"

हॉ हसला, पण त्याला काहीतरी खटकत होतं. "ईगो,

आपल्याला हे चीज जपून खायला हवं. आपण जुन्या चुकांमधून काही शिकायला हवं!"

पण ईगो ने त्याच्या बोलण्याकडे लक्ष दिलं नाही. तो अजूनही जुन्याच सवयीने वागत होता – फक्त वर्तमानात जगणारा, पुढचा विचार न करणारा.

तेवढ्यात, चीज स्टेशनच्या प्रवेशद्वाराजवळ जोरात आवाज झाला.

ट्रॅक ट्रॅक ट्रॅक...!

हॉ आणि ईगो ने पाहिलं – शॉ तिथे उभा होता.

तो एक शिस्तप्रिय आणि हुशार उंदीर होता. त्याच्या नजरेत आत्मविश्वास आणि अनुभव दिसत होता. त्याने दोघांकडे बघितलं आणि शांत पण ठाम आवाजात म्हणाला –

"या चीज स्टेशनमध्ये राहायचं असेल, तर काही नियम पाळावे लागतील."

हॉ ने शॉ कडे आदराने पाहिलं. ईगो मात्र त्याच्या बोलण्यावर चिडला.

"हे काय नवीन भानगड? कोण आहेस तू आम्हाला नियम सांगणारा?" ईगो फुत्कारला.

शॉ त्याच्याकडे शांतपणे पाहत म्हणाला –

"मी इथे खूप आधीपासून आहे. मी पाहिलंय की जो बदल स्वीकारतो, तोच टिकतो. पण जो फक्त मजा करण्यासाठी जगतो, तो लवकरच संकटात सापडतो."

हॉ ला शॉ ची गोष्ट पटली. तो म्हणाला –

"शॉ, तुझे नियम काय आहेत?"

शॉ म्हणाला –
① चीजचा अपव्यय करू नका. तो जपून वापरा.
② नेहमी नवीन चीज शोधण्याची तयारी ठेवा. कारण कोणतीही गोष्ट कायम टिकत नाही.
③ संघर्षाला घाबरू नका. जो धैर्याने पुढे जातो, तोच टिकतो.

हॉ ने शॉ च्या बोलण्याचा विचार केला. त्याला त्यात अर्थ वाटला.

पण ईगो मात्र तापलेला होता. त्याला कोणी नियम सांगावं हे त्याच्या अहंकाराला पटत नव्हतं.

तो शॉ कडे बोट दाखवत ओरडला –

"तू काय मोठा नेता आहेस का? आम्ही तुझ्या नियमांचं पालन करायचं की नाही, हे आम्ही ठरवू!"

शॉ त्याच्याकडे बघून शांत हसला. मग तो पुढे सरसावत म्हणाला –

"ठीक आहे. जर तुला नियम पाळायचे नसतील, तर तू या स्टेशनमध्ये राहू शकत नाहीस!"

ईगो चा राग अजूनच वाढला. त्याने शॉ वर ओरडायला सुरुवात केली.

"तुला वाटतं मी तुझ्या मर्जीनं वागेन? मी माझ्या पद्धतीने जगतो, आणि मला कोणत्याच नियमांची गरज नाही!"

हॉ ने ईगो ला थांबवायचा प्रयत्न केला, पण उशीर झाला होता...

शॉ ने एक दीर्घ श्वास घेतला आणि तो गंभीर आवाजात म्हणाला –

"जर तू माझ्या नियमांना मान्य करत नाहीस, तर तुझ्यासाठी या स्टेशनमध्ये जागा नाही!"

शॉ च्या शब्दांनी संपूर्ण चीज स्टेशन स्तब्ध झालं. ईगो अविश्वासानं त्याच्याकडे पाहत राहिला.

"म्हणजे मी इथे राहू शकत नाही?" ईगो गुरगुरला.

शॉ शांत स्वरात म्हणाला –

"हो. कारण तुझा अहंकार इतका मोठा आहे की तू शिकायलाच तयार नाहीस. आणि इथे फक्त शिकणारे आणि बदल स्वीकारणारेच राहू शकतात."

हॉ ने ईगो कडे पाहिलं. त्याला वाईट वाटलं, पण तो काहीच करू शकत नव्हता.

ईगो चा चेहरा लाल झाला. त्याच्या मनात एकच विचार येत होता – "माझा अपमान झाला! मी कोणाचं ऐकणार नाही."

तो शॉ वर ओरडला –

"हे तुझं चीज नाही! तू कोण ठरवणारा?"
शॉ त्याच्याकडे पाहत शांत हसला आणि म्हणाला –

"ही जागा त्या लोकांसाठी आहे, जे बदल स्वीकारतात. पण तुझ्यासाठी नाही."

ईगो ची चिडचिड अजून वाढली. तो जोरात ओरडला –

"मी कुठेही जाईन, पण कोणाच्याही नियमांप्रमाणे जगणार नाही!"

हॉ काही बोलणार, तोच शॉ ने हात हलवला. स्टेशनच्या बाजूला असलेल्या मोठ्या दरवाज्यातून काही उंदीर सैनिक आले. त्यांनी ईगो कडे पाहिलं आणि गंभीर आवाजात सांगितलं –

"तू या स्टेशनच्या नियमांचं पालन करत नाहीस. त्यामुळे तुझी इथून हकालपट्टी केली जाते!"

हॉ च्या डोळ्यांसमोर सर्व काही घडत होतं. त्याने ईगो ला समजवायचा प्रयत्न केला –

"ईगो, अजून वेळ गेली नाही. तू आपला दृष्टिकोन बदलू शकतोस!"

पण ईगो अजूनही आपल्या अहंकारात अडकलेला होता.

"माझं काही चुकलं नाही! चुकलाय तो शॉ आणि त्याचे मूर्ख नियम!"

पण आता उशीर झाला होता.

सैनिकांनी ईगो ला हलकेच ढकललं आणि मोठ्या दरवाजातून बाहेर टाकलं.

दरवाजा "धाड!" करून बंद झाला. ईगो आता पूर्णपणे एकटा होता.

त्याने आसपास पाहिलं – फक्त रिकामं रान होतं, तिथे काहीही नव्हतं.

त्याच्या डोक्यात एकच विचार सुरू होता – "मी पुन्हा मोठा होईन. मी पुन्हा काहीतरी मिळवेन. आणि मग मी त्यांना दाखवेन की माझं ऐकायला हवं होतं!"

पण... ईगो ला हे अजून समजलं नव्हतं – त्याचा सर्वात मोठा शत्रू त्याच्याच आत आहे – त्याचा अहंकार।

दरवाजा धाडकन बंद झाल्यावर ईगो काही क्षण तिथेच स्तब्ध उभा राहिला.

त्याने आजूबाजूला पाहिलं – कुठेही चीज नव्हतं. फक्त रिकामी जागा, थोडेसे दगड, आणि दूरवर दिसणारा अंधार...

"मी एकटाच आहे... आता पुढे काय?" ईगो च्या मनात विचार सुरू झाले.

त्याला अजूनही राग येत होता – "शॉ आणि हॉ मूर्ख आहेत!
त्यांनी मला बाहेर टाकायला नको होतं."

पण आता तो काही करू शकत नव्हता. त्याला आता स्वतःच
मार्ग शोधावा लागणार होता.

थोड्याच वेळात ईगो ला भूक लागली. पण त्याच्याजवळ
काहीच नव्हतं.

त्याने जवळच्या भिंतीच्या कडेला शोध घेतला, पण तिथे
काहीही नव्हतं.

तो दमला, भुकेनं कोसळायला लागला.

"मी काय करू? मी काहीतरी खाल्लं पाहिजे!"

त्याने मागे वळून पाहिलं. त्याला चीज स्टेशनचा मोठा दरवाजा
दिसत होता.

एक क्षण त्याच्या मनात विचार आला – "मी परत जाऊन
माफी मागू का?"

पण लगेच त्याचा अहंकार मध्ये आला –

"नाही! मी माफी मागणार नाही. मी स्वतःचं नवीन चीज स्टेशन शोधेन!"

तो उठला आणि एकटा अंधारात चालायला लागला...

तो काही अंतर चालला, पण कुठेही चीज नव्हतं.

त्याला थोडं पाणी लागतंय असं वाटू लागलं, पण तिथे पाणीही नव्हतं.

रात्र झाली. ईगो आता पूर्ण थकून गेला होता. त्याला समजत नव्हतं की त्याने चूक केली आहे.

त्याच्या मनात पहिल्यांदाच एक वेगळा विचार आला –

"शक्य आहे का, की मी चुकीच्या मार्गावर आहे?"

पण त्याचा अहंकार अजूनही जिवंत होता –

"नाही! मी स्वतःचा मार्ग शोधणारच!"

पण... हा अहंकारच त्याला पुन्हा संकटात टाकणार होता. ईगो एकटाच चालत होता. शकल्यासारखं वाटत होतं, भुकेनं पोट कुरकुरत होतं. पण तरीही तो स्वतःला समजावत होता –

"मी योग्य आहे! मला लवकरच नवीन चीज मिळेल!"

तो अंधारात पुढे जात राहिला. किती वेळ गेला, हेही त्याला समजेनासं झालं.

एका ठिकाणी आल्यावर ईगो थांबला. त्याला चार दिशांना चार वेगवेगळे मार्ग दिसले.

"कुठे जावं?" त्याने स्वतःशी विचार केला.

जर तो चुकीच्या रस्त्यावर गेला तर त्याला अजून मोठं संकट येईल.

तेवढ्यात त्याला शॉ चे शब्द आठवले –

"नेहमी नवीन चीज शोधण्याची तयारी ठेवा. पण बदल स्वीकारायला शिका!"

ईगो चिडला – "मी कोणाचं ऐकणार नाही! मी माझ्या पद्धतीनं पुढे जाईन!"

तो एका दिशेने सरळ निघाला. पण काही वेळ चालल्यानंतर...

"धडाम!"

तो एका मोठ्या खड्ड्यात कोसळला.

ईगो ने प्रयत्न केला, पण खड्डा खोल होता.

"कोणी आहे का?" तो ओरडला.

कोणीच उत्तर दिलं नाही. फक्त शांतता आणि अंधार...

त्याला पहिल्यांदा भीती वाटायला लागली.

"मी आता काय करू?" त्याने स्वतःशीच विचार केला.

तो खड्ड्यातून बाहेर पडायचा प्रयत्न करत राहिला. पण
यासाठी त्याला एक गोष्ट करावी लागणार होती – स्वीकार!

बराच वेळ गेला, आणि ईगो चा अहंकार आता थोडा कमी होऊ
लागला. त्याला पहिल्यांदाच जाणवलं –

"शक्य आहे की, मी चुकीच्या मार्गावर चाललो आहे..."

त्याने खड्ड्यातून बाहेर पडण्यासाठी शांतपणे विचार करायला
सुरुवात केली.

तेवढ्यात त्याच्या लक्षात आलं – जर मी माझी पद्धत

बदलली, तर मी यातून बाहेर येऊ शकतो."

तो थोडा स्थिर बसला. आणि मग तो खड्ड्याच्या भिंतीचा उपयोग करून वर चढू लागला.

थोड्याच वेळात तो बाहेर आला.

ईगो ने खोल श्वास घेतला. त्याला समजलं –

"जर मी परिस्थितीचा अभ्यास केला असता, तर मी चुकलो नसतो."

पण... तो अजून पूर्ण बदलला नव्हता.

त्याने स्वतःला अजूनही समजावत सांगितलं –
"पुढच्या वेळी मी अजून हुशारीनं खेळेन!"

तो पुन्हा चालू लागला...

बराच वेळ चालल्यानंतर हॉ च्या मनात ईगो बद्दल विचार यायला लागले.

"तो अजूनही चुकतोय... तो अजूनही समजत नाही की बदल स्वीकारला नाही, तर तो अडकूनच पडेल."

हॉ च्या मनात ईगो साठी वाईट वाटत होतं.

"तो बदलायला तयार नसेल, तर त्याला आयुष्यभर संघर्ष करावा लागेल."

त्याने ठरवलं – ईगो ला समजावून सांगायचं.

हॉ काही अंतर पुढे गेला आणि त्याला दूरवर ईगो दिसला.

तो अजूनही स्वतःशीच काहीतरी बडबड करत होता –

"हे सगळं शॉ मुळे झालं! त्याने मला हाकललं नसतं तर मी आनंदी असतो!"

हॉ त्याच्याजवळ गेला आणि हळूच म्हणाला –

"ईगो, तू अजूनही दुसऱ्यांना दोष देतो आहेस?"

ईगो ने चमकून पाहिलं. "हॉ? तू इथे कसा?"

हॉ हसला आणि म्हणाला –

"मी बदल स्वीकारला, म्हणून मी पुढे जाऊ शकलो. पण तू अजूनही जुन्या विचारांमध्ये अडकून आहेस."

ईगो थोडा वैतागला –

"मी काहीही चुकीचं केलं नाही! मी फक्त माझ्या पद्धतीने जगायचं ठरवलं."

हॉ शांतपणे म्हणाला –

"आणि त्या पद्धतीमुळेच तू अडकलास, है ना?"

ईगो गप्प झाला.

हॉ पुढे म्हणाला –

"बदल स्वीकारणं म्हणजे स्वतःला कमी लेखणं नाही. उलट, जेव्हा आपण बदलायला शिकतो, तेव्हा आपण खऱ्या अर्थाने पुढे जातो."

ईगो चिडून म्हणाला –

"माझी स्वतःची ओळख आहे! मी का बदलू?"

हॉ हसत म्हणाला –

"बदलणं म्हणजे स्वतःला हरवणं नाही, तर स्वतःला

सुधारायची संधी देणं आहे."

ईगो चा चेहरा विचारमग्न झाला.

हॉ पुढे म्हणाला –

"मी आधी तुझ्यासारखाच होतो. मीही बदलायला घाबरत होतो.
पण जेव्हा मी धैर्य एकवटलं, तेव्हा मला माझा नवीन चीज
मिळाला!"

ईगो आता गप्प झाला. त्याला पहिल्यांदाच जाणवत होतं –

"शक्य आहे का, की मी चुकीच्या दिशेने जात होतो?"

हॉ ने त्याच्या खांद्यावर हात ठेवला आणि म्हणाला –

"बदल सोपा नाही, पण तो आवश्यक आहे. तू स्वीकारशील
का?"

ईगो काहीच बोलला नाही. पण त्याच्या डोळ्यात विचार दिसत
होते.

[पुढे – ईगो खरोखर बदलेल का? की त्याचा अहंकार पुन्हा
त्याला थांबवेल?]

ही गोष्ट तुला कशी वाटली? अजून काही बदल हवे का?

हॉ च्या शब्दांनी ईगो विचारात पडला. त्याला पहिल्यांदाच जाणवत होतं की कदाचित तो चुकीच्या दिशेने चालला होता.

पण त्याचा अहंकार अजूनही जिवंत होता. तो मनातच म्हणाला –

"मी जर स्वीकारलं की मी चुकलो, तर लोक मला दुर्बळ समजतील!"

हॉ त्याच्या मनातील संघर्ष ओळखू शकत होता.

हॉ शांतपणे म्हणाला –

"ईगो, मी तुला एक गोष्ट विचारू शकतो का?"

ईगो ने नाखुशीने मान हलवली.

हॉ म्हणाला –

"तू अजूनही भुकेला आहेस, ना?"

ईगो ने डोळे खाली केले. त्याला स्वीकारावं लागलं की, हो, तो

अजूनही उपाशी होता.

हॉ पुढे म्हणाला –

"मग विचार कर – जर तुझ्या जुन्या मार्गाने तुला चीज मिळालं नाही, तर तू का अजूनही त्याच मार्गावर आहेस?"

ईगो काहीच बोलला नाही.

हॉ पुढे म्हणाला –

"बदल स्वीकारल्याने तुला कधीही कमी समजलं जाणार नाही. उलट, बदल स्वीकारणारा व्यक्तीच खऱ्या अर्थाने बुद्धिमान आणि ताकदवान असतो."

ईगो च्या मनात दोन विचार झगडत होते –

1. "मी माझा अहंकार बाजूला ठेवावा आणि बदल स्वीकारावा."

2. "मी माझ्या जुन्या विचारांवर ठाम राहावं, जरी त्याने मला त्रास होत असेल."

तो स्वतःशीच म्हणाला –

"मी जर बदललो, तर मी कमजोर वाटेन... पण जर मी न
बदललो, तर मी उपाशीच राहीन!"

बराच वेळ शांततेत गेला. मग ईगो ने एक खोल श्वास घेतला
आणि पहिल्यांदाच थोडा मवाळ आवाजात विचारलं –

"हॉ, मला बदलायचं तर काय करावं लागेल?"

हॉ चे डोळे चमकले. तो हसत म्हणाला –
"फक्त एक पाऊल पुढे टाक. बदलाची सुरुवात लहान असली
तरी हरकत नाही. पण ती सुरुवात होणं गरजेचं आहे!"

ईगो ने पहिल्यांदा स्वतःचाच विरोध न करता मान डोलावली.

त्याच्या मनात पहिल्यांदाच एक आशेचा किरण उमटला होता.

हॉ च्या शब्दांनी ईगो च्या मनात वादळ उठलं.

तो स्वतःशीच विचार करू लागला –

"माझं सगळं चुकतंय का? मी जर बदल स्वीकारला, तर मी

ईगो राहणार नाही का?"

त्याला शॉ सारखं शिस्तबद्ध आणि नियमानुसार वागायचं नव्हतं.

त्याने रागाने जमिनीवर लाथ मारली आणि चिडून म्हणाला –

"हे मला जमणार नाही! मी माझ्या पद्धतीने जगलोय, आणि तसाच जगणार!"

हॉ शांतपणे बघत राहिला.

ईगो पुढे बोलू लागला –

"माझा स्वतःचा स्वभाव आहे! मी माझ्या मनाप्रमाणे जगायचं ठरवलंय!"

पण त्याचा आवाज थोडा थरथरत होता. मनात कुठेतरी तो जाणवत होतं की त्याचा अहंकारच त्याला मागे खेचतोय.

हॉ त्याला समजावत म्हणाला –

"ईगो, मी तुला बदलायला सांगत नाही. मी तुला फक्त स्वतःला सुधारायची संधी द्यायला सांगतो."

ईगो ने हात झटकले –

"मला नाही ऐकायचं! मला कुठल्याही शॉ सारखं बनायचं नाही! त्याचं जगणं वेगळं आहे, माझं वेगळं!"

तो वैतागून बसला. त्याला आतून जाणवत होतं –

"मी थकलोय. मी झगडतोय. पण काहीच हाती लागत नाही!"

ईगो चे डोळे ओलावले. त्याला पहिल्यांदाच आपली चूक जाणवत होती, पण स्वीकारायची भीती वाटत होती.

हॉ पुढे सरसावला आणि हळूच म्हणाला –

"ईगो, खरं सांगू? शॉ नियमांमध्ये जगतो, पण त्याला त्याचा चीज मिळालाय. मी बदलावं स्वीकारलं, म्हणून मला माझा नवीन चीज मिळालाय."

ईगो गप्प राहिला.

हॉ पुढे म्हणाला –

"आणि तू अजूनही जुन्या नियमांमध्ये अडकून आहेस…

म्हणून तू अजूनही उपाशी आहेस."

ईगो च्या चेहऱ्यावर गोंधळ उभा राहिला. त्याला जाणवलं की –

"मी फक्त स्वतःलाच दोष देतोय... पण खरं तर, मी स्वतःलाच मागे ओढतोय!"

त्याने हॉ कडे पाहिलं आणि पहिल्यांदाच एक वेगळा प्रश्न विचारला –

"जर मी बदल स्वीकारला, तर मी स्वतःला हरवेल का?"

हॉ हसला आणि म्हणाला –

"नाही, उलट तू स्वतःला सापडशील."

ईगो अजूनही संभ्रमात होता. एकीकडे त्याला जाणवत होतं की तो चुकतोय, पण दुसरीकडे त्याचा अहंकार त्याला स्वीकारू देत नव्हता.

तो स्वतःशीच पुटपुटला –

"मी इतके दिवस शॉ ला चुकीचं ग्रहणत होतो. जर मी आता बदललो, तर मी स्वतःलाच फसवल्यासारखं वाटेल!"

हॉ शांत उभा होता. त्याला माहीत होतं की ईगो च्या मनात मोठा संघर्ष सुरू आहे.

ईगो मनात विचार करू लागला –

"जर मी बदल स्वीकारला, तर मी कमजोर ठरेन का?"
"जर मी माझ्या जुन्या विचारांवर ठाम राहिलो, तर मी कधीच पुढे जाऊ शकणार नाही!"
"मग मी काय करू?"

तो घामाघूम झाला. त्याच्या मनात संघर्ष पेटला होता.

हॉ ने हळूच पुढे येत विचारलं –

"ईगो, तुला खरंच बदलायचं नाहीये का?"

ईगो काही बोलला नाही. तो चुपचाप जमिनीकडे पाहत राहिला.

हॉ पुढे म्हणाला –

"तुझ्या आतमध्ये कुठेतरी तुला माहित आहे की बदल हाच एकमेव पर्याय आहे. पण तुझा अहंकार तुला अडवतोय."

ईगो ने डोळे झाकले. त्याला आतून जाणवत होतं की हॉ बरोबर सांगतोय.

पण तो अजूनही ठाम राहायचा प्रयत्न करत होता –

"नाही! मी बदलणार नाही!"

तो जोरात ओरडला आणि म्हणाला –

"मला बदलायचं नाही! मला शॉ सारखं बनायचं नाही! मला माझ्या पद्धतीनेच जगायचं आहे!"

त्याचा आवाज दणदणून परिसरात घुमला.

हॉ काही क्षण गप्प राहिला आणि मग शांतपणे म्हणाला –

"ठीक आहे, ईगो. मी तुला जबरदस्तीने बदलू शकत नाही. पण आठवण ठेव – जो बदल स्वीकारत नाही, तो मागे पडतो."

ईगो ने नाराजीने पाहिलं आणि रागाने तिथून चालायला लागला.

तो स्वतःशीच म्हणत होता –

"माझं चुकू शकत नाही... नाहीतर मी इतके दिवस काय करत होतो?"

पण त्याच्या मनाच्या एका कोपऱ्यात... एक छोटासा आवाज त्याला सांगत होता – 'तू चुकतोय, ईगो!'

ईगो रागाने निघून गेला, पण त्याच्या मनात एक वादळ चालू होतं.

"मी खरंच चुकतोय का?"

तो स्वतःशीच बोलत होता –

"मी नेहमी माझ्या पद्धतीने जगलोय... पण जर मी चुकीच्या दिशेने चाललो असेन तर?"

त्याला आठवलं, तो अजूनही उपाशीच होता! त्याने इतका संघर्ष केला, शॉ ला विरोध केला, पण शेवटी त्याच्या हाती काहीच आलं नव्हतं!

ईगो एका कोपऱ्यात जाऊन बसला. त्याच्या डोळ्यात पाणी आलं.

त्याला जाणवलं की त्याचा अहंकार त्याला मागे खेचत होता.

"मी इतका वेळ स्वतःलाच फसवत होतो!"

आणि पहिल्यांदाच त्याने मोठ्याने स्वीकारलं –

"हो! मला बदलायचं आहे!"

तो उठला आणि हॉ च्या दिशेने पावलं टाकू लागला.

हॉ अजूनही त्याच चीज स्टेशन मध्ये होता. तो ईगो कडे बघून हसला आणि म्हणाला –

"काय ठरवलंस, ईगो?"

ईगो ने खोल श्वास घेतला आणि म्हणाला –

"माझ्या आतला अहंकार मला मागे खेचत होता, पण आता मी तो बाजूला ठेवतोय."

हॉ आनंदाने त्याच्या पाठीवर थोपटत म्हणाला –

"तू योग्य निर्णय घेतलास, मित्रा!"

ईगो ने पहिल्यांदा स्वतःच्या चुका मान्य केल्या.

त्याला कळून चुकलं की बदल स्वीकारणं म्हणजे पराभव नव्हे, तर नव्या संधीचं दार उघडणं आहे!

तो हसत म्हणाला –

"आता मी शॉ सारखा नियमांमध्ये जगणार नाही, पण मी शहाणपणाने बदल स्वीकारणार आहे!"

हॉ ने मान हलवली आणि म्हणाला –

"आता तुला तुझं नवं चीज सापडेल, कारण आता तू स्वतःला मागे ओढणार नाहीस!"

ईगो च्या चेहऱ्यावर समाधान होतं, कारण त्याने स्वतःला हरवून नव्हे, तर सापडून जिंकलं होतं!

ईगो ने बदल स्वीकारायचा निर्णय घेतला, पण तो अजूनही गोंधळलेला होता.

त्याने हॉ ला विचारलं –

"बदल स्वीकारायला तयार आहे, पण मी सुरुवात कुठून करू?"

हॉ हसला आणि म्हणाला –

"बदल लहानशा पावलांनी सुरू होतो. तू आधी तुझ्या मनातील जुन्या कल्पनांना सोड आणि स्वतःला सुधारायची संधी दे."

ईगो ने मनातून ठरवलं –

"मी नियम पाळणार नाही, पण मी शहाणपणाने शिकणार आहे."

तो पहिल्यांदाच शॉ च्या नियमांकडे सकारात्मक दृष्टीने पाहू लागला.

तो स्वतःला विचारू लागला –

"या नियमांचं नेमकं कारण काय आहे? हे मला खरंच मदत करू शकतात का?"

आणि जसजसा तो विचार करत गेला, तसतसं त्याला जाणवू लागलं की शॉ नियम लावतोय म्हणून नाही, तर ते त्याच्या अनुभवातून आले आहेत!

ईगो ने पहिल्यांदा आपल्या ईगो ला बाजूला ठेवलं आणि शॉ च्या काही नियमांचा सराव करायचं ठरवलं.

त्याने पहिलाच नियम पाळायचा ठरवलं –

"चीज शोधण्यासाठी सकारात्मक दृष्टी ठेवा."

त्याने मनात विचार केला –

"माझ्या आतमध्ये चीड आणि अडथळे यांच्यामुळे मी मागे पडलो, पण आता मी सकारात्मकतेकडे पाहणार."

हॉ ने त्याला प्रोत्साहन दिलं –

"हे बघ, ईगो! तू पहिलं पाऊल टाकलंस, म्हणजेच तुझा प्रवास सुरू झालाय!"

ईगो मनातून आनंदी झाला.

तो म्हणाला –

"हो, मी काहीही गमावलेलं नाही, उलट मी नवीन शिकतोय!"

ईगो आता खरंच बदलू शकणार का? तो शॉ च्या नियमांचा उपयोग स्वतःच्या मार्गाने कसा करेल?

हॉ आणि ईगो आता एकत्र काम करत होते. ईगो ने स्वीकारलं होतं की सोप्या नियमांचं पालन केलं, तर तो यशस्वी होऊ शकतो.

शॉ ने आखून दिलेले नियम ईगो ला आधी कडक आणि अनावश्यक वाटले होते, पण आता त्याला त्यांचा खरा अर्थ समजायला लागला होता.

हॉ ने ईगो ला समजावलं –
"आपण चीज स्टेशनमध्ये आहोत, पण याचा अर्थ असा नाही की आपण नेहमीच इथे राहू शकतो. आपण सतत तयार राहायला हवं."

ईगो ने मान डोलावली आणि विचार केला –

"मी आधी गोष्टी गृहित धरत होतो, म्हणून मी मागे पडलो. आता मी बदलासोबत शिकायचं ठरवलंय!"

ईगो ला अजूनही कधी कधी शंका यायची –

"मी बदलायचा प्रयत्न करतोय, पण मी अपयशी ठरलो तर?"

हॉ ने त्याला हसून सांगितलं –

"ईगो, भीतीला हरवायचं असेल, तर त्याच्यावर ॲक्शन घ्या! अपयश मिळालं तरी आपण शिकतो. शिकणं म्हणजे पुढे जाणं!"

ईगो ने पहिल्यांदा भीतीला सामोरं जायचं ठरवलं.

हॉ आणि ईगो ने एकत्र ठरवलं –

"आता आपण फक्त विचार करायचा नाही, तर लगेच ॲक्शन घ्यायची!"

ते दोघं रोज नवीन संधी शोधू लागले, नवीन गोष्टी शिकू लागले.

ईगो ने हळूहळू स्वतःला पूर्णपणे बदललं. तो आधीसारखा हट्टी आणि रागीट राहिला नाही.

तो आता स्वतःशीच म्हणायचा –

"बदलाची भीती वाटत नाही, कारण आता मी त्यासाठी तयार आहे!"

हॉ आणि ईगो आता यशस्वी झाले होते, कारण ते बदल स्वीकारायला शिकले होते.

शॉ ने दूरून पाहिलं आणि स्मितहास्य केलं. त्याचे नियम आता योग्य हातात होते!

ईगो ने आता पूर्णपणे बदल स्वीकारला होता. पूर्वी तो शिस्त, नियम, आणि नवीन गोष्टी शिकण्याला विरोध करायचा, पण आता तो त्याच गोष्टींमधून यशाचा मार्ग शोधू लागला होता.

एकदा तो स्वतःशीच विचार करत होता –

"पूर्वी मी बदलाला शत्रूसारखं पाहायचो, पण आता कळतंय की तोच माझा खरा मित्र आहे!"

➡ ईगो ने काय शिकलं?

✔ बदल टाळण्यापेक्षा तो स्वीकारला, तर जीवन सोपं होतं.
✔ नियम आणि शिस्त म्हणजे बंधन नाही, तर ते यशाचा मार्ग दाखवतात.
✔ बदलाची भीती वाटते, पण तो स्वीकारला की संधी वाढतात.
✔ शिकणं थांबवलं, तर आपण मागे पडतो. शिकणं सुरू ठेवलं, तर आपण पुढे जातो.

ईगो आता आधीसारखा हट्टी नव्हता. तो नवीन गोष्टी शिकायला तयार झाला.

तो स्वतःलाच म्हणाला –

"जर मी हा बदल आधीच स्वीकारला असता, तर मी किती पुढे गेलो असतो!"

त्याने शॉ च्या नियमांची आता खिल्ली उडवली नाही, तर त्यांचा उपयोग केला!

हॉ ने हसून पाहिलं आणि विचारलं –

"काय ईगो, आता कसं वाटतंय?"

ईगो ने मोठ्या आत्मविश्वासाने उत्तर दिलं –

"आधी मी माझ्या हट्टी स्वभावामुळे मागे पडलो होतो. पण आता मी शिकतोय, बदलतोय आणि वाढतोय!"

हॉ ने त्याच्या पाठीवर थोपटलं –

"तुला तुझं नवं चीज सापडलं!"

ईगो हसला, कारण आता त्याला खरं यश सापडलं होतं – ते म्हणजे बदल स्वीकारण्याची कला!

हॉ आणि ईगो आता एकत्र काम करत होते. त्यांनी शॉ च्या नियमांना योग्य प्रकारे स्वीकारलं आणि त्याचा फायदा घेतला.

आता ते बदलाला घाबरत नव्हते, तर त्याचा आनंद घेत होते!

ईगो आणि हॉ आता बदल स्वीकारून पुढे जात होते. ते आता बदलाला टाळत नव्हते, तर त्याचा आनंद घेत होते!

शॉ हे सगळं लांबून पाहत होता. ईगो चा बदल त्याच्यासाठी एक मोठा विजय होता.

एके दिवशी शॉ ने ईगो आणि हॉ ला बोलावलं आणि हसत म्हणाला –

"तुम्ही दोघं खूप पुढे आला आहात! विशेषतः ईगो, तुझा प्रवास खूप प्रेरणादायक आहे!"

शॉ पुढे म्हणाला –

"ईगो, तू आधी माझ्या नियमांना विरोध करत होतास, पण आता त्यांचा उपयोग करून यश मिळवत आहेस. तू स्वतःला

खूप मोठा बदल घडवून आणलास!"
ईगो ने हलकंसं हसून उत्तर दिलं –

"हो! आधी मला वाटायचं की हे नियम म्हणजे बंधन आहे, पण
आता समजतंय की हेच नियम माझं भविष्य घडवू शकतात."

हॉ नेही आनंदाने म्हटलं –

"आम्ही आता बदलाला भीत नाही. उलट, आम्ही बदलाचा
स्वीकार करत आहोत!"

शॉ ने समाधानाने मान डोलावली आणि विचार केला –

"माझ्या नियमांचं खरं मूल्य आता त्यांना समजलं आहे. आता
हे दोघं कुठेही गेले, तरी तिथे यशस्वी होतील!"

शॉ ने ईगो च्या पाठीवर थोपटत म्हटलं –

"मी तुला चीज स्टेशनमधून काढलं होतं, कारण तुला खरी संधी
शोधायला शिकायचं होतं. आणि आज तू सिद्ध केलंस की तू
शिकू शकतोस, बदलू शकतोस, आणि जिंकू शकतोस!"

ईगो ला हे ऐकून खूप अभिमान वाटला. तो म्हणाला –

"माझी चूक होती की मी स्वतःलाच अडवत होतो. पण आता मी शिकतोय, वाढतोय आणि पुढे जातोय!"

शॉ हसला आणि म्हणाला –

"याचसाठी तर मी हे नियम तयार केले होते!"

हॉ आणि ईगो आता एका नवीन प्रवासावर निघाले होते. ते दोघं बदलाशी लढत नव्हते, तर त्याला स्वीकारून यशस्वी होत होते.

शॉ त्यांच्याकडे पाहून समाधानी होता, कारण त्याच्या नियमांनी एका हट्टी ईगो ला यशस्वी ईगो मध्ये बदललं होतं!

शॉ ने ईगो आणि हॉ कडे पाहिलं. त्यांनी आता बदल स्वीकारला होता आणि यशाच्या मार्गावर होते. पण एक शेवटचा महत्त्वाचा धडा त्यांना द्यायचा होता.

तो हळूच बोलू लागला –

"तुम्हाला माहिती आहे का, हे नियम मी का बनवले?"

ईगो आणि हॉ एकमेकांकडे पाहू लागले. ईगो म्हणाला –

"मला वाटतं, जेणेकरून आम्ही यशस्वी होऊ शकू."

शॉ हसला आणि म्हणाला –

"हो, पण यश सहज मिळत नाही. त्यासाठी त्याग करावा लागतो."

शॉ पुढे म्हणाला –

"मी स्वतः या प्रवासातून गेलोय. मीसुद्धा कधी काळी बदलाला विरोध केला होता. पण एक दिवस मला समजलं, की बदल टाळणं म्हणजे स्वतःच्या प्रगतीला अडवणं."

ईगो आणि हॉ लक्ष देऊन ऐकत होते.

"मी नियम तयार केले, पण त्यासाठी स्वतःच्या चुका कबूल कराव्या लागल्या, शिकावं लागलं, आणि अनेकदा स्वतःच्या इच्छेवर नियंत्रण ठेवावं लागलं. कारण शिस्तशीर राहिल्याशिवाय मोठं यश मिळत नाही."

शॉ गंभीर होत म्हणाला –

"बदल अपरिहार्य आहे. तो नाकारल्यास आपण मागे पडतो, आणि स्वीकारल्यास पुढे जातो."

ईगो आणि हॉ ने एकमेकांकडे पाहिलं. त्यांना हे आता पूर्णपणे समजलं होतं.
शॉ ने हसत म्हटलं –

"हे नियम म्हणजे बंदी नव्हे, तर मार्गदर्शन आहे. जर तुम्ही त्यांचं पालन केलंत, तर तुम्हाला यश नक्की मिळेल."

ईगो ने आत्मविश्वासाने उत्तर दिलं –

"हो, आता मला हे पूर्णपणे पटतं. मी आधी विरोध केला, पण आता मला कळतंय की हे नियम माझ्या भल्यासाठीच आहेत."

हॉ नेही मान डोलावली –

"बदल स्वीकारला तर जीवन आनंदी होतं, आणि आपण सतत पुढे जातो!"

शॉ ने त्यांच्या खांद्यावर हात ठेवला आणि म्हटलं –

"आता तुम्ही तयार आहात. आयुष्यात बदल येत राहतील, पण तुम्ही त्यांच्यासाठी तयार असाल, तर तुमचं चीज कधीच हरवणार नाही!"

हॉ आणि ईगो हसले. त्यांनी बदल स्वीकारला होता, आणि आता ते यशाच्या मार्गावर होते.

चर्चा – त्या दिवशी संध्याकाळी

जॉनने "व्हेअर इज माय चीज?" ही नवीन गोष्ट सांगून पूर्ण केली, आणि ग्रुपमध्ये एक वेगळीच ऊर्जा संचारली. प्रत्येकाच्या चेहऱ्यावर विचारमग्न भाव होते. काहींना हसू येत होतं, काहींना आपल्या आयुष्यातील प्रसंग आठवत होते.

काही क्षण गप्पांमध्येच गेले. मग मार्कने वातावरण हलकं करत पहिला प्रश्न टाकला,

"तर, मित्रांनो! हॉलाची सिग्नेचर लाइन काय असती?"

डेव्हिड ताडकन बोलला,
"माझी आवडती लाइन – 'माझं चीज कुठं आहे? अजूनही मी शोधतोय!' हॉलाचा मूळ स्वभावच तो, घाबरणारा, पण शेवटी शिकणारा."

साराने हसून मान डोलावली,
"पण शेवटी तो शिकला ना? तो म्हणतो, 'बदलाशिवाय आयुष्य पुढे जात नाही!' हे मला भारी आवडलं."

नॅन्सी उत्साहाने बोलली,
"हो! पण मला शॉ जास्त आवडला! त्याच्या शिस्तीवर काही बोलणार नाही का?"

सॅम्युअलने हात वर केला,
"अगं, शॉच्या नियमांची मजा वेगळीच आहे! तो नेहमी म्हणतो – 'बदल फक्त नियम पाळणाऱ्यांना शोभतो!' ही त्याची सिग्नेचर लाइन असायला हवी."

जेसिका विचार करत म्हणाली,
"पण मला असं वाटतं, की शॉच्या कठोर शिस्तीमुळेच तो यशस्वी झाला. त्याची अजून एक ओळ असायला हवी – 'संधी फक्त त्यांनाच मिळते, जे शिस्तीला आपलंसं करतात!'"

डेव्हिड जोरात हसला आणि म्हणाला,
"मग ईगो साठी पण एक पंचलाइन असली पाहिजे!"

सगळे एकदम शांत झाले आणि विचार करायला लागले.

तेवढ्यात मार्क जोरात बोलला,
"'माझा मार्गच योग्य! बाकीचं काही ऐकायचं नाही!' – हीच तर
ईगो ची ओळ आहे!"

सारा हसत म्हणाली,
"बरोबर! ईगो हा स्वतःच्या हट्टावर ठाम असतो. पण शेवटी
त्यालाही समजतं, की 'बदल नाकारला, तर मागेच राहशील!'"

सगळे विचारात पडले. खरंच, या तिघांमधून खूप काही
शिकायला मिळालं होतं. हॉलाने बदलाला सामोरं जायला
शिकवलं, शॉने शिस्तीचा महत्त्वाचा धडा दिला, आणि ईगोने
चुकीच्या अहंकारामुळे काय नुकसान होऊ शकतं हे दाखवलं.

सारा विचारात पडली आणि म्हणाली,
"शॉ हा किती ठाम आहे! तो नियम पाळतो, त्याच्या बदलासाठी
तो स्वतःला शिस्तीत ठेवतो. मला वाटतं, आपण सगळ्यांनी हा
दृष्टिकोन आत्मसात केला पाहिजे. आपण कायम
परिस्थितीनुसार झुकतो, पण शॉसारखी शिस्त ठेवली, तर
बदल अधिक सुलभ होईल."

मार्क हसत म्हणाला,

"हो! पण हॉलाही विसरू नका. तो सुरुवातीला घाबरला, पण मग त्याने स्वतःला जाणीव करून दिली की, बदल गरजेचा आहे. कधी कधी फक्त एक पाऊल टाकायचं असतं. माझ्या करिअरमध्ये मी खूप वेळा संधी गमावल्या, पण आता वाटतं, वेळेत निर्णय घेतला असता तर बरं झालं असतं."

डेव्हिड – जो स्वतः सोशल मीडियावर प्रभाव टाकणारा व्यक्ती होता – त्याने एका वेगळ्या कोनातून विचार मांडला,

"ईगो चा प्रवास किती रंजक आहे! सुरुवातीला तो स्वतःच्याच अहंकारात अडकलेला असतो. त्याला शॉ बदलायला सांगतो, पण तो ऐकत नाही. शेवटी, जेव्हा त्याला स्वतःचा अहंकार बाजूला ठेवता येतो, तेव्हाच तो मुक्त होतो. आपणही असं किती वेळा करतो – 'मी बरोबर आहे' या विचारात अडून पडतो!"

नॅन्सी हसून म्हणाली,
"डेव्हिड, हे अगदी खरं आहे! कधी कधी मी घरातही तसंच करते. मला वाटतं, माझं म्हणणं योग्य आहे, आणि मी बदलायला तयार नसते. पण हे पुस्तक सांगतंय की, आपल्या अहंकारामुळे आपण संधी गमावतो."

सॅम्युअल – जो व्यवस्थापन क्षेत्रात काम करत होता – त्याने एक बोध घेतला,

"शॉने ठरवलेले नियम आणि त्याची शिस्त मला खूप आवडली. माझ्या टीममध्येही मी हाच दृष्टिकोन लागू करू शकतो. नियम आणि शिस्त ही संकटांवर विजय मिळवण्याची गुरुकिल्ली आहे."

जेसिका, जी मानसशास्त्र शिकलेली होती, म्हणाली, "आपण प्रत्येक जण ह्या तीन पात्रांमध्ये कधी ना कधी बसतो – कधी आपण हॉट प्रमाणे घाबरतो, कधी शॉसारखी शिस्त ठेवतो, तर कधी ईगो प्रमाणे अडून बसतो. पण आपल्याला काय हवंय, हे स्पष्ट असलं, तर आपण योग्य मार्ग निवडू शकतो.

डेविड हसत म्हणाला, "जॉन, आता तुला माहिती आहे ना, शॉसारखा शिस्तीत राहायचं आणि हॉकसारखा बदल स्वीकारायचा! आता नव्याने सुरुवात करणार ना?"

जॉन मिश्कीलपणे म्हणाला, "हो, पण आधी चीज पिझ्झा मागवतो! मोठ्या चर्चेनंतर पोटात उंदीर नाचू लागलाय!"

सगळे मोठ हसले आणि आनंदाने चीज पिझ्झाचा ऑर्डर दिला.

खूप वेळ गप्प बसलेली आणि शांतपणे सर्व चर्चा ऐकणारी आरती म्हणाली, "शॉने शिस्त शिकवली, हॉकने बदल, आणि

ईगोने काय शिकवलं?"

नंदिनी लगेच म्हणाली, "हा हा! ईगोने शिकवलं की, जास्त अहंकार ठेवला, तर शेवटी स्टेशनबाहेर फेकले जाल!"

सगळे खळखळून हसायला लागले.

अतुल म्हणाला, "जॉन, ही गोष्ट आणि तुझ्या अनुभवांमुळे आम्हाला खूप काही शिकायला मिळालं. आता आम्ही आमच्या कामात आणि आयुष्यात बदल स्वीकारायचो आणि शिस्त पाळायचं ठरवलंय!"

सगळ्यांनी टाळ्या वाजवल्या आणि जॉनला धन्यवाद, जॉन! असं म्हटलं.

लेखकाबद्दल

संदेश पानसरे हे एक अनुभवी सॉफ्टवेअर अभियंता आणि प्रेरणादायी लेखक आहेत. त्यांना आत्मविकास, बदल, आणि यशस्वी जीवनशैली यावर लिखाणाची आवड आहे.

त्यांचा वैयक्तिक आणि व्यावसायिक प्रवास हा चढ-उतारांनी भरलेला असून, त्यांनी स्वतःच्या अनुभवांमधून शिकत आत्मविकासाच्या दिशेने वाटचाल केली आहे. त्यांच्या लेखनशैलीत साधेपणा असूनही ती वाचकांच्या मनाला भिडणारी आणि प्रेरणादायी आहे.

"व्हेअर इज माय चीज? " हे पुस्तक लिहिण्यामागील त्यांचा उद्देश म्हणजे बदल स्विकारण्याची मानसिकता तयार करणे आणि यशस्वी होण्यासाठी शिस्त आणि सकारात्मक दृष्टिकोन महत्त्वाचा असतो हे लोकांना समजावून सांगणे.

त्यांना नवीन कल्पना शोधणे, मानसिक आरोग्याबद्दल जागरूकता वाढवणे आणि लोकांना प्रेरित करणे यात खूप आनंद मिळतो. त्यांचे लिखाण वाचकांना स्वतःकडे नव्याने पाहायला आणि यशाच्या दिशेने पुढे जाण्यास प्रवृत्त करते.